Impressum
Verlag: BABADADA GmbH, Nedderfeld 112 , 22529 Hamburg
Geschäftsführer / Verlagsleitung: Harald Hof
Druck: Books on Demand GmbH, In de Tarpen 42, 22848 Norderstedt

Imprint
Publisher: BABADADA GmbH, Nedderfeld 112 , 22529 Hamburg, Germany
Managing Director / Publishing direction: Harald Hof
Print: Books on Demand GmbH, In de Tarpen 42, 22848 Norderstedt

trường học

école

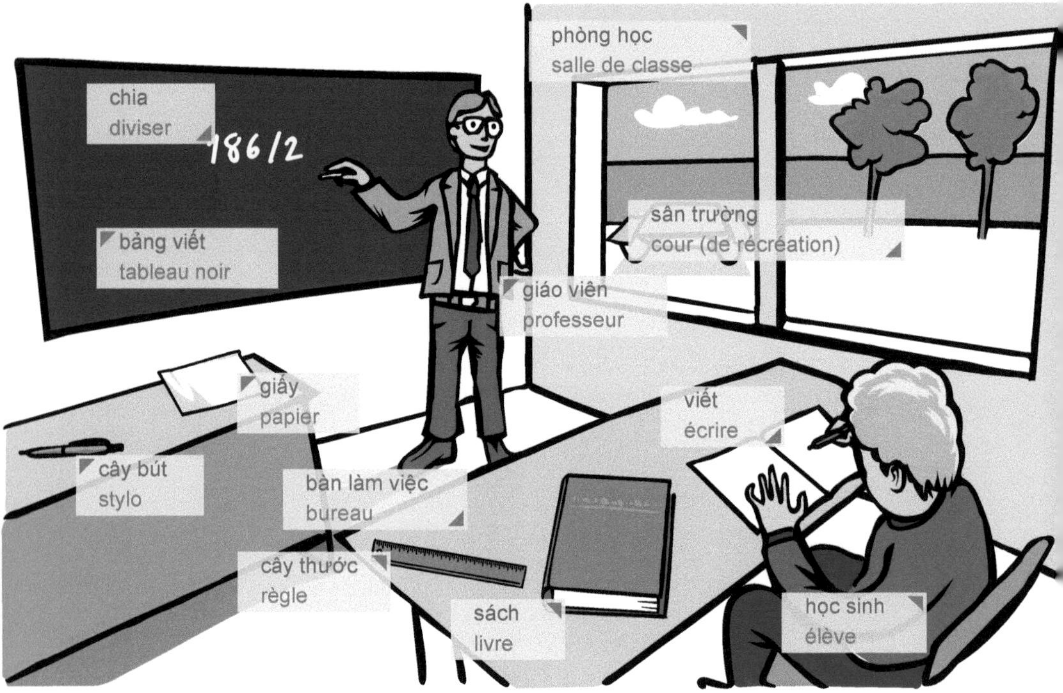
phòng học
salle de classe
chia
diviser
186/2
bảng viết
tableau noir
sân trường
cour (de récréation)
giáo viên
professeur
giấy
papier
viết
écrire
cây bút
stylo
bàn làm việc
bureau
cây thước
règle
sách
livre
học sinh
élève

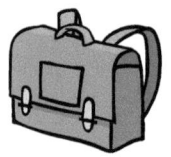

cặp đeo vai học sinh

cartable

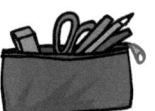

hộp đựng bút

trousse

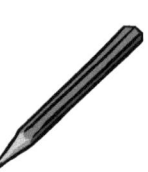

bút chì

crayon

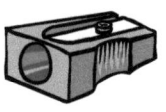

cái gọt bút chì

taille-crayon

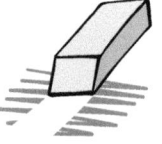

cục tẩy

gomme

tập giấy vẽ

carnet à dessin

bản vẽ

dessin

cọ vẽ

pinceau

hộp mực vẽ

boîte de peinture

cây kéo

ciseaux

keo dán

colle

sách bài tập

cahier d'exercices

bài tập ở nhà

devoirs

số

chiffre

cộng

additionner

trừ

soustraire

nhân

multiplier

tính toán

calculer

chữ cái

lettre

bảng chữ cái

alphabet

từ

mot

văn bản
texte

đọc
lire

phấn viết
craie

bài học
leçon

sổ lớp
livre de classe

thi kiểm tra
examen

chứng chỉ
certificat

đồng phục học sinh
uniforme scolaire

giáo dục
formation

từ điển bách khoa
lexique

đại học
université

kính hiển vi
microscope

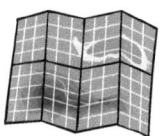

bản đồ
carte

thùng rác giấy
corbeille à papier

du lịch

voyage

khách sạn
hôtel
Grand
nhà trọ
auberge
ROOMS
quầy đổi tiền
bureau de change
CHANGE
va li
valise
xe ô tô
voiture

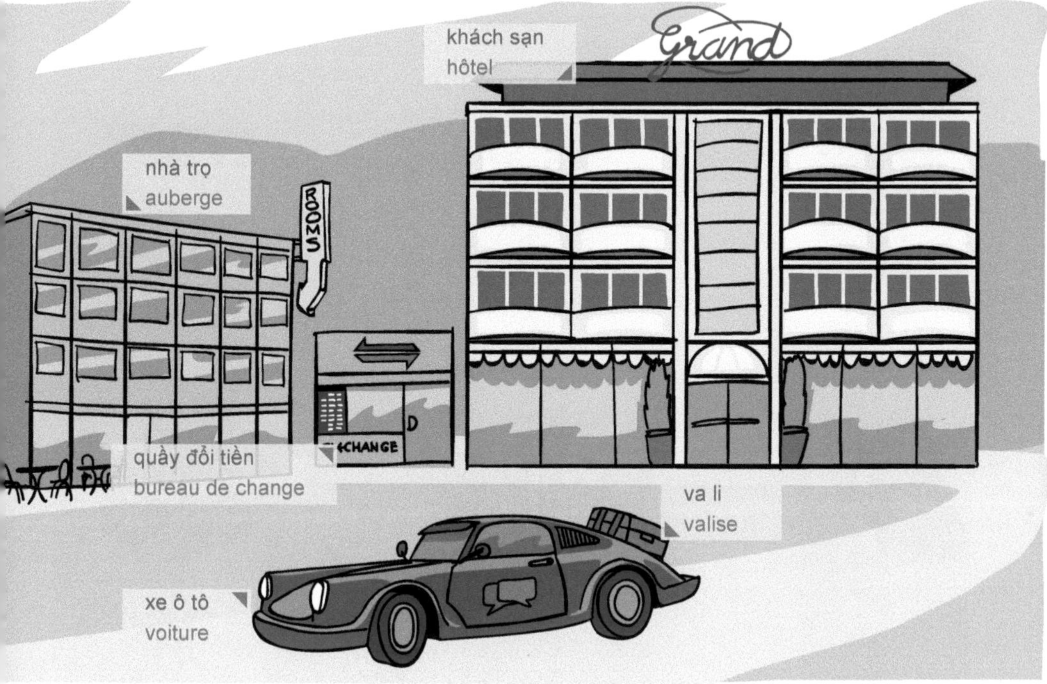

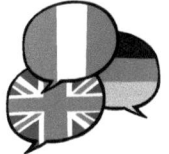

ngôn ngữ

langue

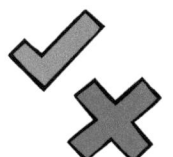

có / không

oui / non

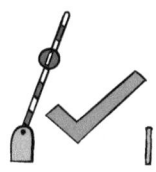

ô kê

d'accord

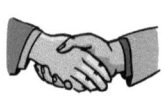

Xin chào

Salut

thông dịch viên

interprète

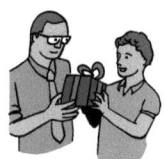

cám ơn

merci

... bao nhiêu tiều?

Combien coûte...?

tôi không hiểu

Je ne comprends pas

vấn đề

problème

Xin chào! (buổi tối)

Bonsoir !

xin chào! (buổi sáng)

Bonjour !

chúc ngủ ngon!

Bonne nuit !

tạm biệt

Au revoir

hướng đi

direction

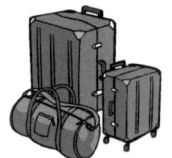

hành lý

bagages

túi xách

sac

túi ba lô

sac-à-dos

khách

hôte

phòng

pièce

túi ngủ

sac de couchage

lều

tente

thông tin du lịch

office de tourisme

bãi biển

plage

thẻ tín dụng

carte de crédit

ăn sáng

petit-déjeuner

ăn trưa

déjeuner

ăn tối

dîner

vé xe

billet

thang máy

ascenseur

tem bưu điện

timbre

biên giới

frontière

hải quan

douane

đại sứ quán

ambassade

thị thực

visa

hộ chiếu

passeport

vận chuyển
transport

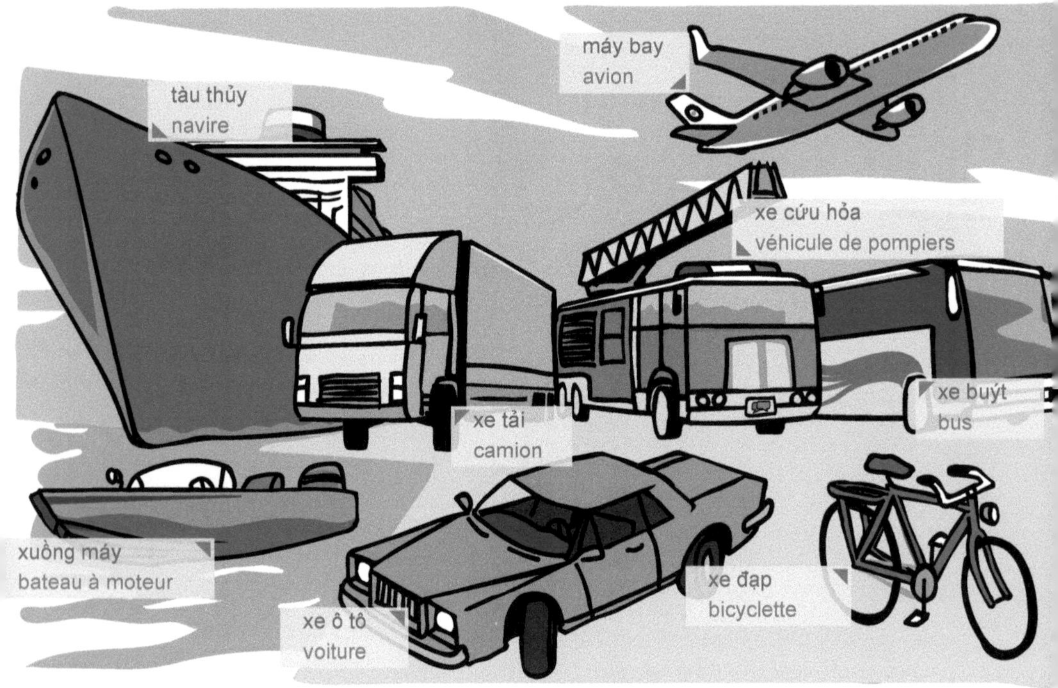

máy bay
avion
tàu thủy
navire
xe cứu hỏa
véhicule de pompiers
xe buýt
bus
xe tải
camion
xuồng máy
bateau à moteur
xe đạp
bicyclette
xe ô tô
voiture

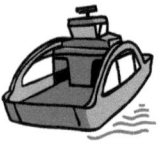

phà
ferry

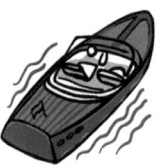

xuồng
barque

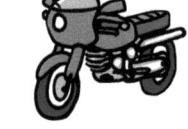

xe máy
moto

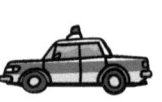

xe cảnh sát
voiture de police

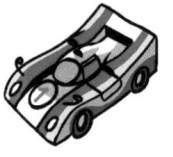

xe đua
voiture de course

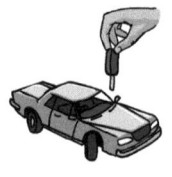

xe cho thuê
voiture de location

dịch vụ thuê xe tự lái

auto-partage

xe kéo cứu hộ

voiture de remorquage

xe rác

benne à ordures

động cơ

moteur

xăng

essence

trạm xăng

station d'essence

biển báo giao thông

panneau indicateur

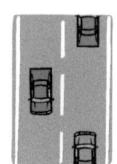

giao thông

trafic

ách tắc giao thông

embouteillage

bãi đậu xe

parking

nhà ga

gare

đường ray

rails

xe lửa

train

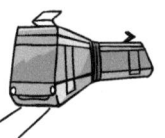

tàu điện

tramway

toa xe

wagon

máy bay trực thăng

hélicoptère

sân bay

aéroport

tháp

tour

hành khách

passager

côngtenơ

conteneur

thùng các-tông

carton

xe đẩy

chariot

cái giỏ

corbeille

cất cánh / hạ cánh

décoller / atterrir

thành phố
ville

làng

village

trung tâm thành phố

centre-ville

nhà

maison

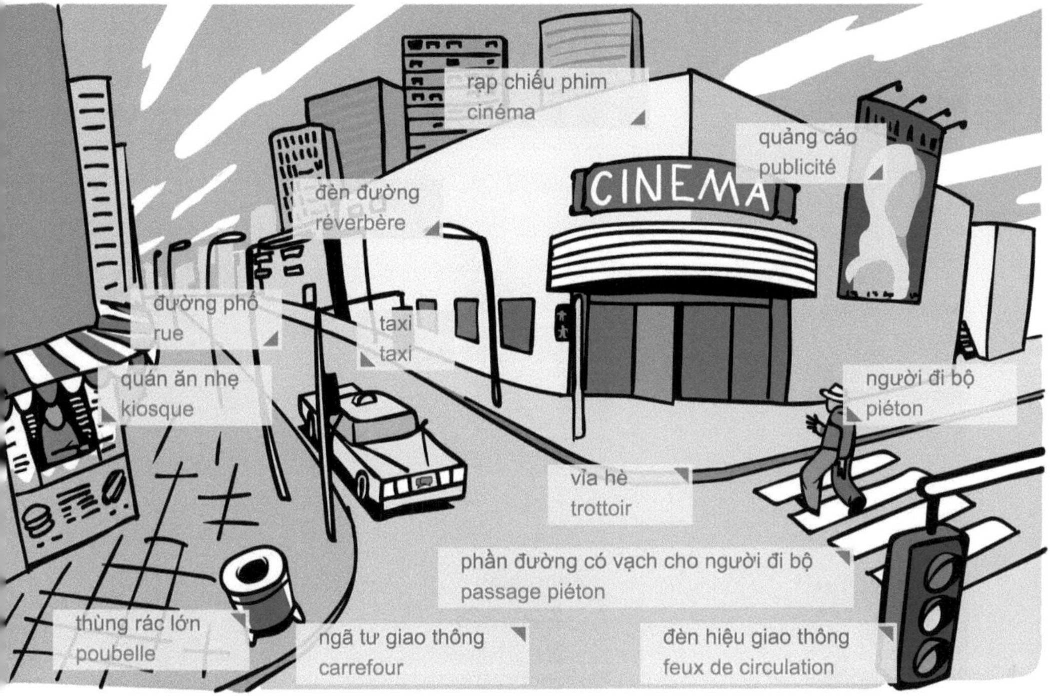

rạp chiếu phim
cinéma

quảng cáo
publicité

đèn đường
réverbère

CINEMA

đường phố
rue

taxi
taxi

quán ăn nhẹ
kiosque

người đi bộ
piéton

vỉa hè
trottoir

phần đường có vạch cho người đi bộ
passage piéton

thùng rác lớn
poubelle

ngã tư giao thông
carrefour

đèn hiệu giao thông
feux de circulation

nhà chòi
cabane

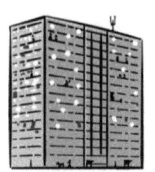

căn hộ
appartement

nhà ga
gare

tòa thị chính
mairie

viện bảo tàng
musée

trường học
école

đại học

université

ngân hàng

banque

bệnh viện

hôpital

khách sạn

hôtel

hiệu thuốc

pharmacie

văn phòng

bureau

hiệu sách

librairie

cửa hiệu

magasin

cửa hiệu bán hoa

fleuriste

siêu thị

supermarché

chợ

marché

cửa hàng bách hóa

grand magasin

người bán cá

poissonnerie

trung tâm mua bán

centre commercial

bến cảng

port

công viên

parc

ghế băng

banque

cầu

pont

cầu thang

escaliers

tàu điện ngầm

métro

đường hầm

tunnel

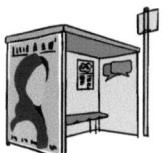

trạm xe buýt

arrêt de bus

quán bar

bar

khách sạn

restaurant

hòm thư công cộng

boîte à lettres

bảng hiệu đường

panneau indicateur

đồng hồ đậu xe

parcmètre

vườn bách thú

zoo

bể bơi

piscine

nhà thờ Hồi giáo

mosquée

nông trại
ferme

ô nhiễm môi trường
pollution

nghĩa trang
cimetière

nhà thờ
église

sân chơi
aire de jeux

ngôi đền
temple

phong cảnh
paysage

lá cây
feuille

bảng chỉ đường
panneau indicateur

lối đi
chemin

bãi cỏ
pré

hòn đá
pierre

cây
arbre

người đi bộ đường dài
randonneur

sông
rivière

cỏ
herbe

bông hoa
fleur

thung lũng

vallée

đồi

montagne

hồ nước

lac

rừng

forêt

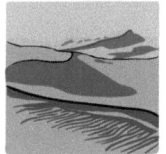

sa mạc

désert

núi lửa

volcan

lâu đài

château

cầu vồng

arc-en-ciel

nấm

champignon

cây cọ

palmier

con muỗi

moustique

con ruồi

mouche

con kiến

fourmis

con ong

abeille

con nhện

araignée

bọ cánh cứng

coléoptère

con ếch

grenouille

con sóc

écureuil

con nhím

hérisson

con thỏ

lièvre

con cú

chouette

con chim

oiseau

thiên nga

cygne

heo rừng

sanglier

con hươu

cerf

nai sừng tấm

élan

đê

barrage

tuabin gió

éolienne

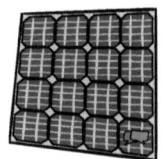

tấm năng lượng mặt trời

panneau solaire

khí hậu

climat

khách sạn
restaurant

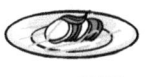

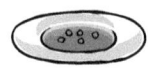

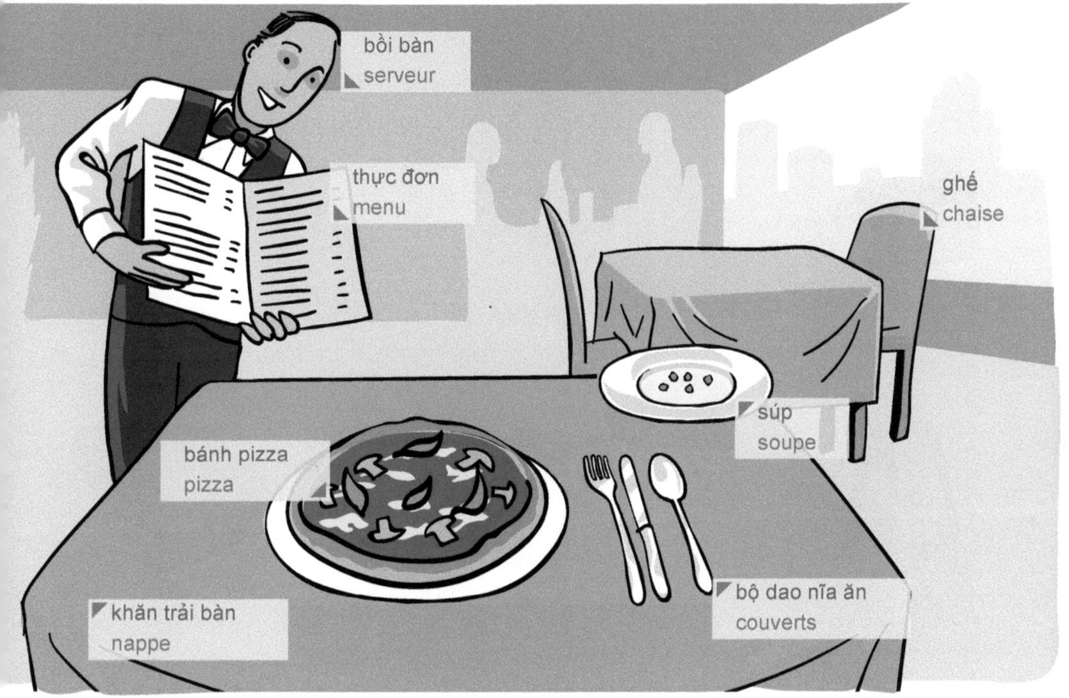
bồi bàn
serveur
thực đơn
menu
ghế
chaise
súp
soupe
bánh pizza
pizza
khăn trải bàn
nappe
bộ dao nĩa ăn
couverts

món ăn khai vị

hors d'œuvre

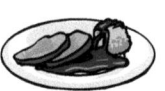

món ăn chính

plat principal

món tráng miệng

dessert

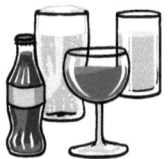

thức uống

boissons

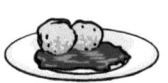

thức ăn

alimentation

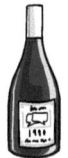

cái chai

bouteille

thức ăn nhanh

fast-food

thức ăn đường phố

plats à emporter

ấm trà

théière

hộp đường

sucrier

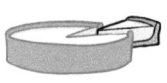

khẩu phần

portion

máy pha espresso

machine à expresso

ghế cao

chaise haute

hóa đơn

facture

khay

plateau

dao

couteau

nĩa

fourchette

thìa

cuillère

thìa uống trà

cuillère à thé

khăn ăn

serviette

cốc thủy tinh

verre

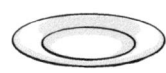

đĩa

assiette

đĩa súp

assiette à soupe

đĩa lót cốc

soucoupe

nước sốt

sauce

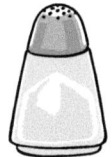

lọ muối

salière

cái xay tiêu

moulin à poivre

giấm

vinaigre

dầu

huile

gia vị

épices

nước xốt cà chua

ketchup

tương hạt cải

moutarde

nước sốt mayonnaise

mayonnaise

siêu thị

supermarché

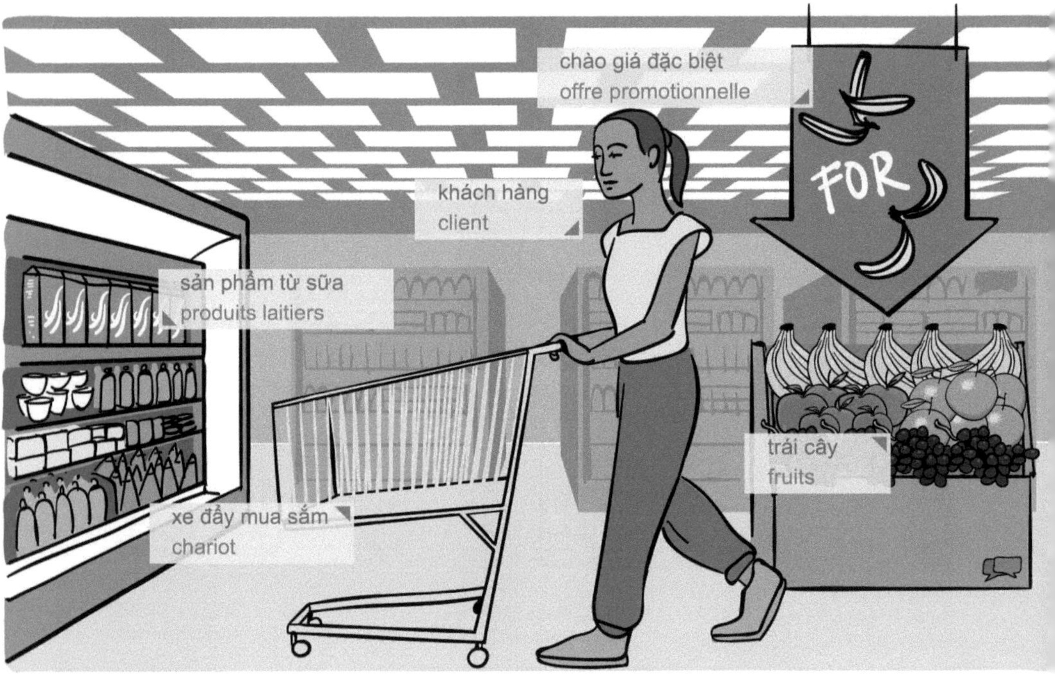

chào giá đặc biệt
offre promotionnelle
FOR
khách hàng
client
sản phẩm từ sữa
produits laitiers
trái cây
fruits
xe đẩy mua sắm
chariot

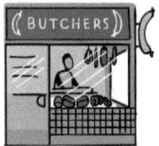

BUTCHERS

lò mổ

boucherie

BAKERY

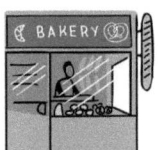

cửa hiệu bán bánh mì

boulangerie

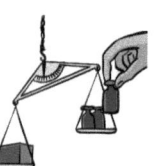

cân nặng

peser

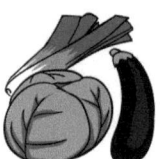

rau quả

légumes

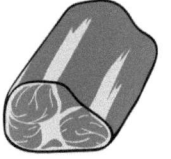

thịt

viande

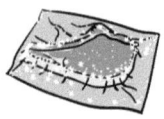

thức ăn đông lạnh

aliments surgelés

lát thịt nguội

charcuterie

đồ hộp

conserves

bột giặt

poudre à lessive

đồ ngọt

bonbons

sản phẩm dùng trong gia đình

articles ménagers

chất tẩy rửa

détergents

người bán hàng

vendeuse

quầy trả tiền

caisse

nhân viên thu ngân

caissier

danh sách mua sắm

liste d'achats

giờ mở cửa

heures d'ouverture

ví tiền

portefeuille

thẻ tín dụng

carte de crédit

túi đeo

sac

túi ny lông

sac en plastique

nước

eau

nước quả ép

jus de fruit

sữa

lait

coca-cola

coca

rượu vang

vin

bia

bière

cồn

alcool

cacao

chocolat chaud

trà

thé

cà phê

café

espresso

expresso

cappuccino

cappuccino

chuối

banane

quả táo

pomme

quả cam

orange

dưa hấu

melon

chanh

citron

cà rốt

carotte

tỏi

ail

tre

bambou

củ hành

oignon

nấm

champignon

hạt dẻ

noisettes

mì

pâtes

mì spaghetti

spaghetti

cơm

riz

xà lách

salade

khoai tây chiên

pommes frites

khoai tây chiên

pommes de terre rôties

bánh pizza

pizza

bánh hamburger

hamburger

bánh mì sandwich

sandwich

thịt côtlet

escalope

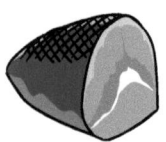

thịt giăm bông

jambon

xúc xích

salami

dồi

saucisse

gà

poulet

rán

rôti

cá

poisson

cháo yến mạch

flocons d'avoine

cháo muesli

muesli

bánh bột ngô nướng

cornflakes

bột mì

farine

bánh sừng bò

croissant

bánh mì

petits-pains

bánh mì

pain

bánh mì nướng

pain grillé

bánh bích quy

biscuits

bơ

beurre

sữa đông

le fromage blanc

bánh ngọt

gâteau

trứng

œuf

trứng rán

œuf au plat

pho mát

fromage

kem

glace

đường

sucre

mật ong

miel

mứt

confiture

kem nougat

crème nougat

cà ri

curry

nông trại
ferme

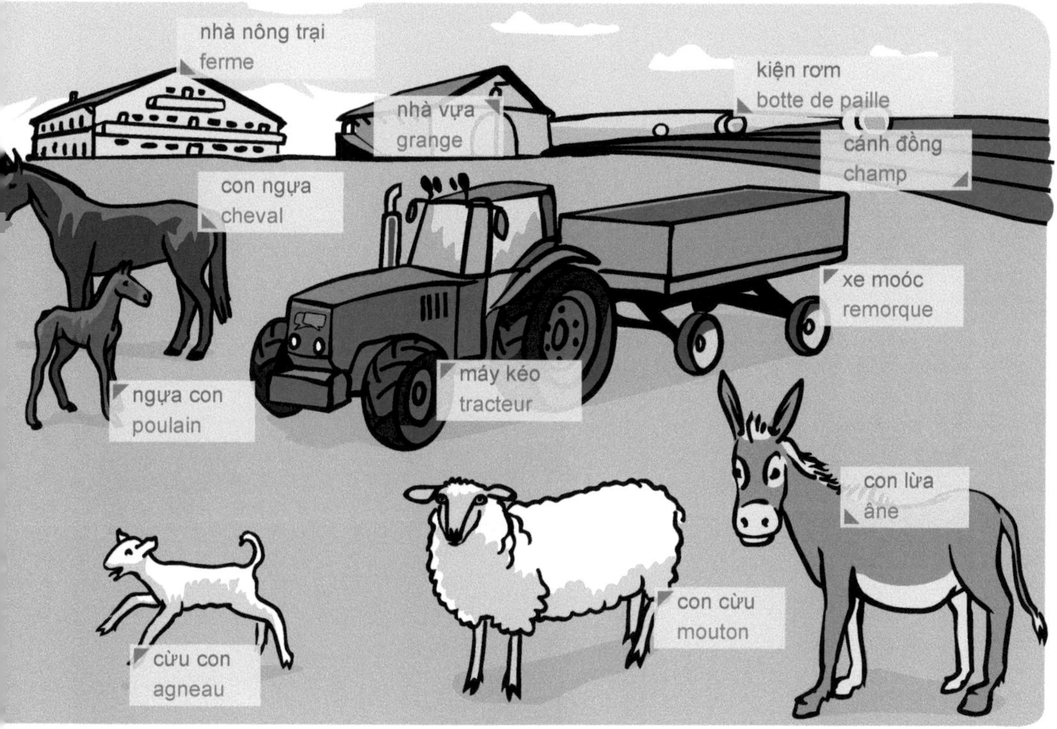

nhà nông trại
ferme
nhà vựa
grange
kiện rơm
botte de paille
cánh đồng
champ
con ngựa
cheval
xe moóc
remorque
ngựa con
poulain
máy kéo
tracteur
con lừa
âne
con cừu
mouton
cừu con
agneau

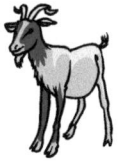

con dê

chèvre

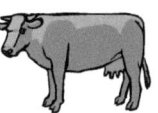

con bò

vache

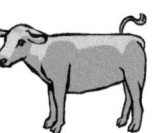

con bê

veau

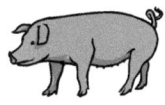

con lợn

porc

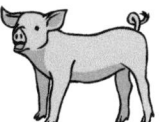

lợn con

porcelet

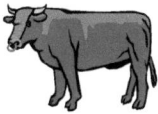

bò đực

taureau

con ngỗng
oie

con vịt
canard

gà con
poussin

gà mái
poule

gà trống
coq

con chuột
rat

mèo
chat

chuột nhắt
souris

bò đực
bœuf

con chó
chien

nhà chuồng chó
chenil

ống tưới vườn cây
tuyau de jardin

thùng tưới cây
arrosoir

lưỡi hái
faucheuse

cái cày
charrue

cái liềm

faucille

cái cuốc

pioche

cái chĩa

fourche

cái rìu

hache

xe cút kít

brouette

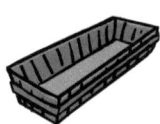

máng ăn

cuve

lọ sữa

pot à lait

bao tải

sac

hàng rào

clôture

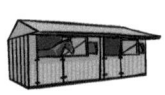

chuồng

étable

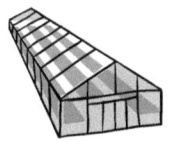

nhà kính trồng cây

serre

đất trồng

sol

hạt giống

semences

phân bón

engrais

máy gặt đập liên hợp

moissonneuse-batteuse

thu hoạch

récolter

mùa thu hoạch

récolte

khoai lang

igname

lúa mì

blé

đậu nành

soja

khoai tây

pomme de terre

ngô

maïs

hạt cải dầu

colza

cây ăn trái

arbre fruitier

sắn

manioc

ngũ cốc

céréales

nhà

maison

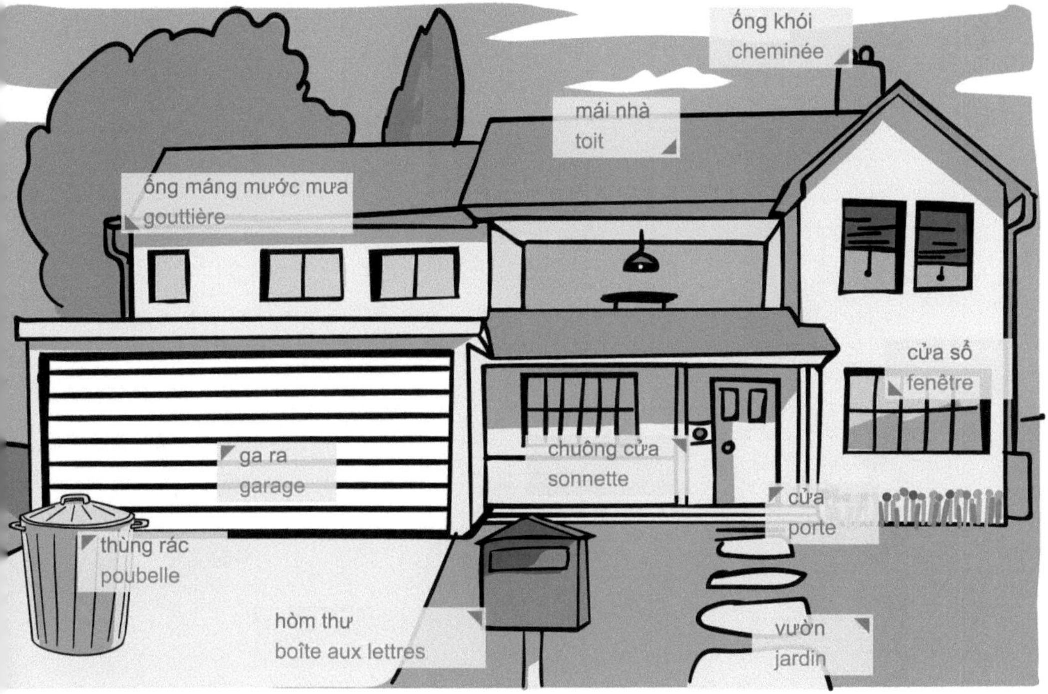
ống khói
cheminée
mái nhà
toit
ống máng mước mưa
gouttière
cửa sổ
fenêtre
chuông cửa
sonnette
ga ra
garage
cửa
porte
thùng rác
poubelle
hòm thư
boîte aux lettres
vườn
jardin

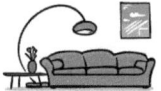

phòng khách

salon

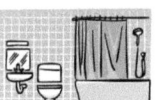

phòng tắm

salle de bain

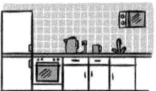

bếp

cuisine

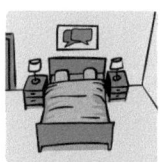

phòng ngủ

chambre à coucher

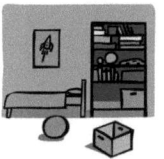

phòng trẻ em

chambre d'enfant

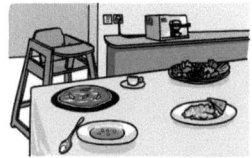

phòng ăn

salle à manger

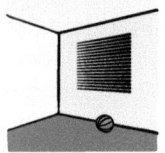

nền nhà
sol

tường
mur

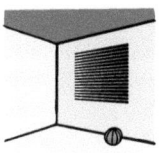

trần nhà
plafond

tầng hầm
cave

tắm hơi
sauna

ban công
balcon

sân hiên
terrasse

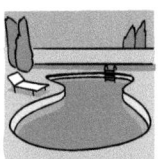

bể bơi
piscine

máy cắt cỏ
tondeuse à gazon

khăn trải giường
housse

khăn trải giường
couette

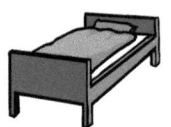

giường
lit

chổi
balai

cái xô
sceau

công tắc điện
interrupteur

phòng khách
salon

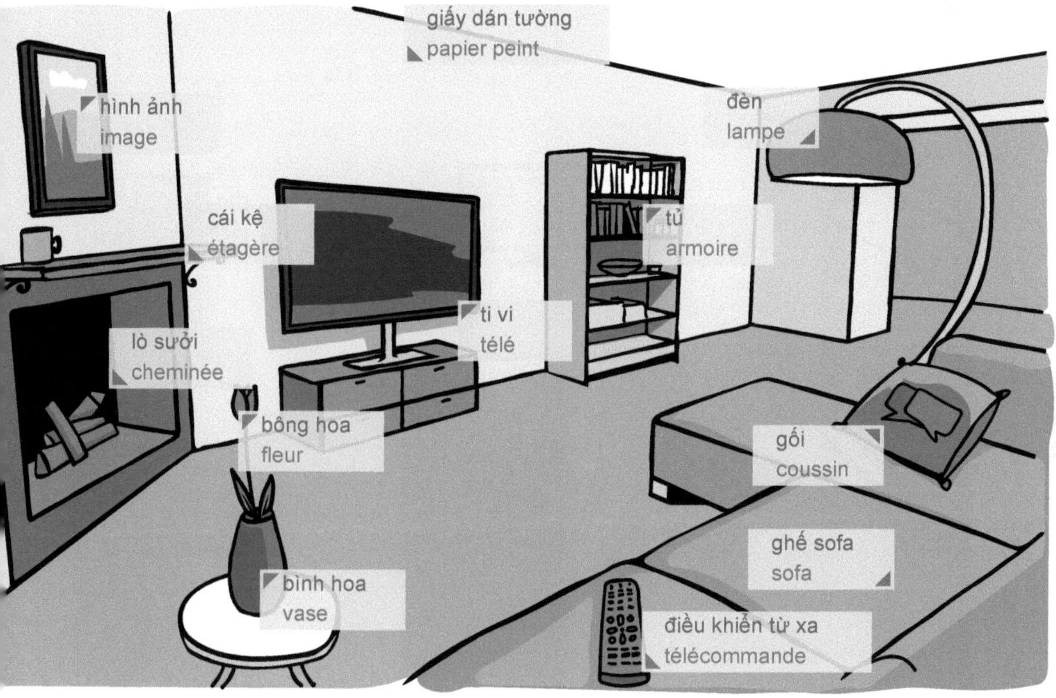

giấy dán tường
papier peint
hình ảnh
image
đèn
lampe
cái kệ
étagère
tủ
armoire
ti vi
télé
lò sưởi
cheminée
bông hoa
fleur
gối
coussin
ghế sofa
sofa
bình hoa
vase
điều khiển từ xa
télécommande

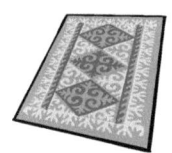

thảm

tapis

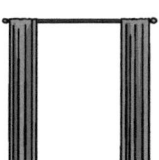

rèm

rideau

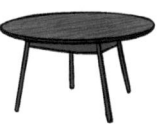

cái bàn

table

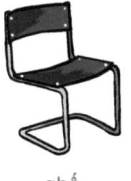

ghế

chaise

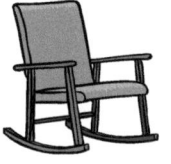

ghế bập bênh

chaise à bascule

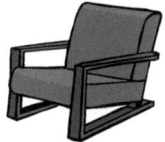

ghế bành

fauteuil

sách

livre

cái chăn

couverture

đồ trang trí

décoration

củi

bois de chauffage

phim

film

máy hi-fi

chaîne hi-fi

chìa khóa

clé

báo

journal

bức tranh

peinture

áp phích

poster

radio

radio

sổ ghi chép

bloc-notes

máy hút bụi

aspirateur

cây xương rồng

cactus

cây nến

bougie

bếp
cuisine

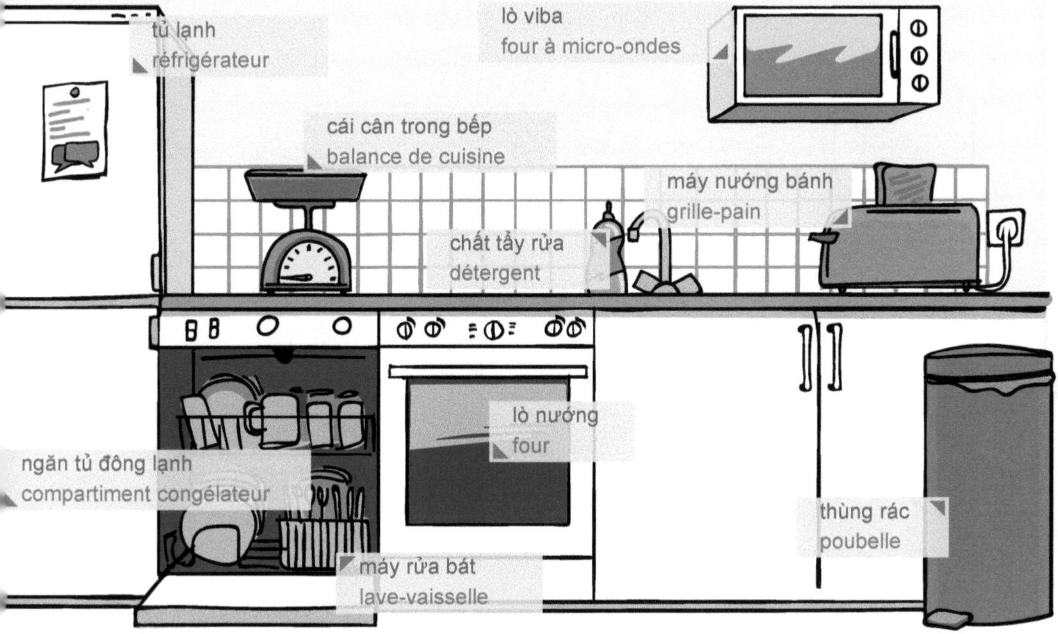
tủ lạnh
réfrigérateur
lò viba
four à micro-ondes
cái cân trong bếp
balance de cuisine
máy nướng bánh
grille-pain
chất tẩy rửa
détergent
lò nướng
four
ngăn tủ đông lạnh
compartiment congélateur
thùng rác
poubelle
máy rửa bát
lave-vaisselle

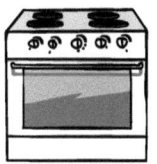

lò nấu

four

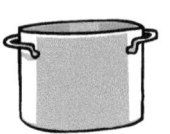

nồi

casserole

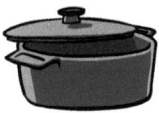

nồi sắt

marmite

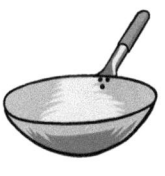

chảo

wok / kadai

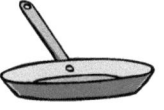

chảo

poêle

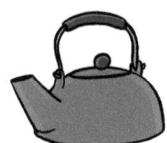

ấm đun nước

bouilloire electrique

nồi đun hơi

cuiseur vapeur

khay lò nướng

plaque de cuisson

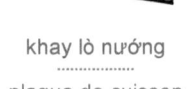

bát đĩa

vaisselle

cốc

gobelet

cái bát

coupe

đũa

baguettes

cái vá

louche

bàn xẻng

spatule

que đánh kem

fouet

rây dùng trong bếp

passoire

cái rây lọc

tamis

cái nạo

râpe

vữa

mortier

vỉ nướng

barbecue

ngọn lửa trần

cheminée

cái thớt

planche à découper

trục cán bột

rouleau à pâtisserie

cái mở nút chai

tire-bouchon

vỏ đồ hộp

boîte

cái mở vỏ đồ hộp

ouvre-boîte

miếng nhấc nồi

maniques

bồn rửa bát

lavabo

bàn chải

brosse

miếng xốp

éponge

máy xay

mixeur

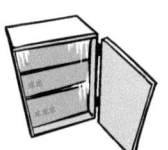

tủ đông lạnh

congélateur

bình sữa cho trẻ sơ sinh

biberon

vòi nước

robinet

phòng tắm

salle de bain

lò sưởi
chauffage
vòi hoa sen
douche
khăn lau
serviette
rèm che ngăn tắm
rideau de douche
tắm bọt
bain moussant
bồn tắm
baignoire
cốc thủy tinh
verre
máy giặt
machine à laver
vòi nước
robinet
gạch lát
carrelage
cái bô
pot
bồn rửa bát
lavabo

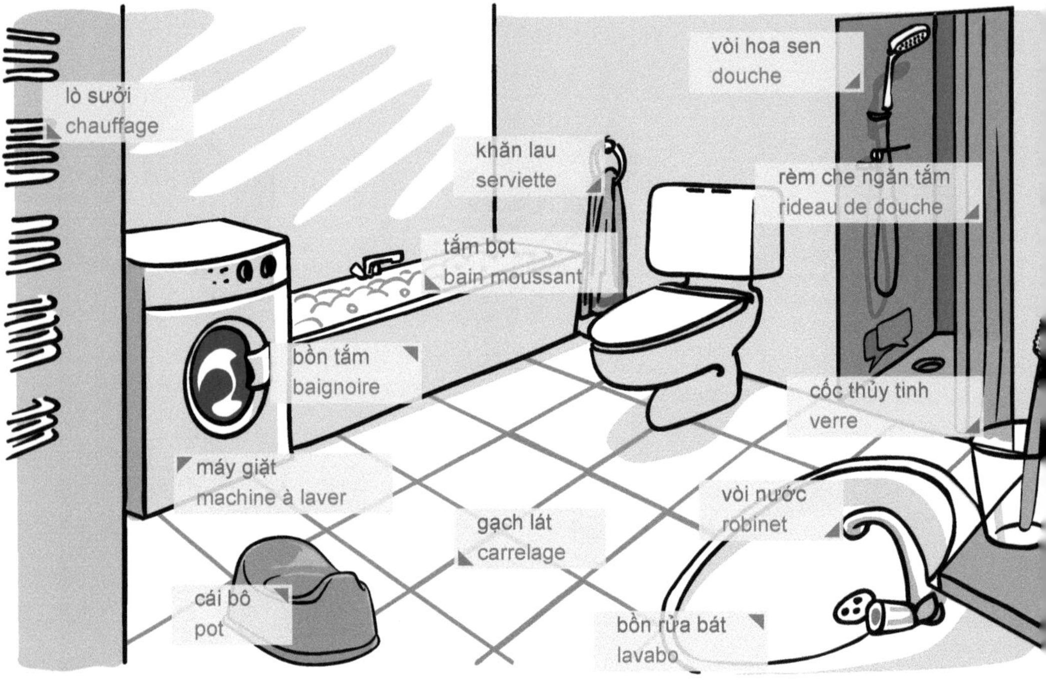

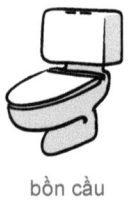

bồn cầu

toilettes

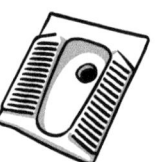

bồn cầu ngồi xổm

toilette à la turque

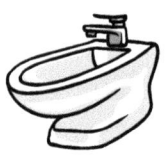

bồn rửa hậu môn

bidet

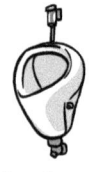

bồn tiểu tiện

urinoir

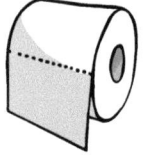

giấy vệ sinh

papier toilette

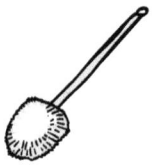

bàn chải cọ bồn cầu

brosse à toilette

bàn chải đánh răng

brosse à dents

kem đánh răng

dentifrice

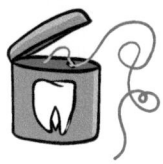

chỉ nha khoa

fil dentaire

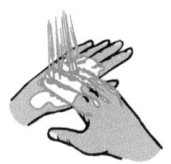

rửa

laver

vòi sen cầm tay

douche manuelle

vòi rửa hậu môn

douche intime

bồn rửa

vasque

bàn chải cọ lưng

brosse dorsale

xà phòng

savon

sữa tắm

gel douche

dầu gội

shampooing

khăn cọ để tắm

gant de toilette

lỗ thoát nước

écoulement

kem

crème

chất khử mùi

déodorant

gương

miroir

gương tay

miroir cosmétique

dao cạo râu

rasoir

kem cạo râu

mousse à raser

nước thơm dùng sau khi
cạo râu

après-rasage

cái lược

peigne

bàn chải

brosse

máy xấy tóc

sèche-cheveux

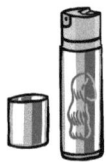

keo xịt tóc

laque pour cheveux

đồ trang điểm

fond de teint

thỏi son môi

rouge à lèvres

sơn bôi móng

vernis à ongles

bông

ouate

kéo cắt móng

coupe-ongles

nước hoa

parfum

túi đựng đồ tắm

trousse de toilette

ghế đẩu

tabouret

cái cân

pèse-personne

áo choàng tắm

peignoir

găng tay làm vệ sinh

gants de nettoyage

nút gạc

tampon

băng vệ sinh

serviettes hygiéniques

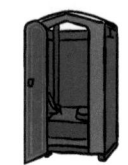

nhà vệ sinh hóa chất

toilette chimique

phòng trẻ em
chambre d'enfant

đồng hồ báo thức
réveil
thú bông
doudou
xe đồ chơi
voiture jouet
cái lúc lắc
hochet
nhà búp bê
maison de poupée
món quà
cadeau

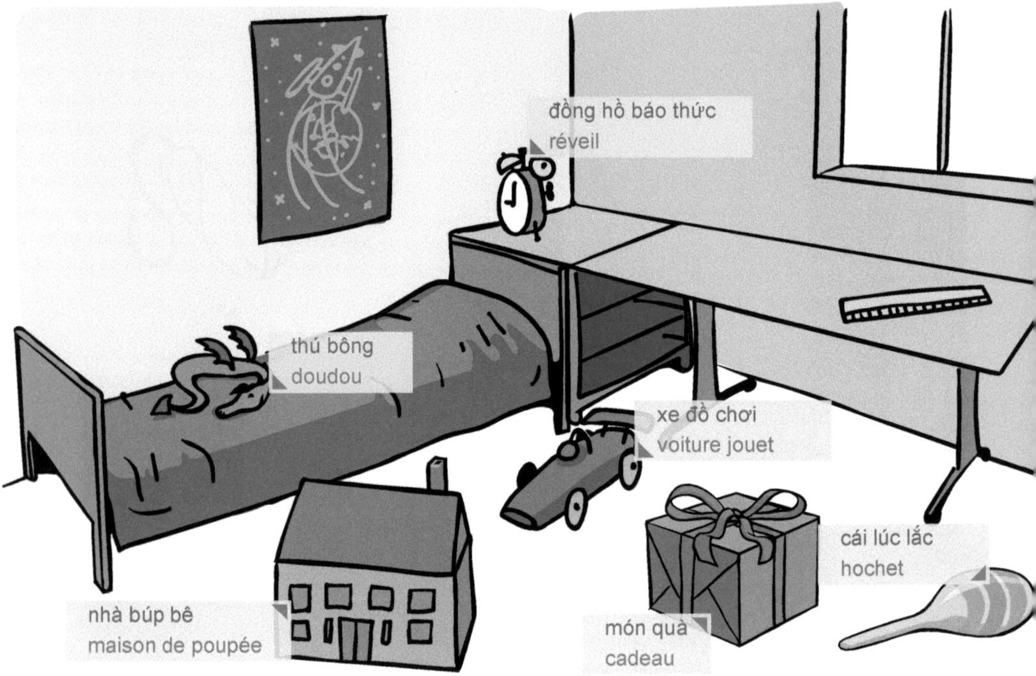

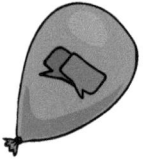

bong bóng

ballon

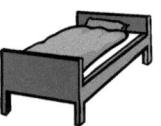

giường

lit

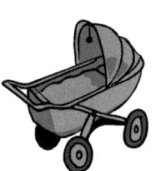

xe nôi

poussette

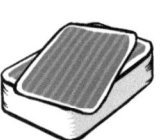

trò chơi bài

jeu de cartes

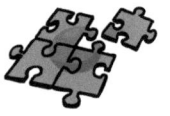

trò chơi ghép hình

puzzle

SUPER
MEGA

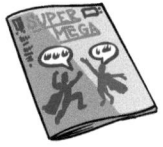

truyện tranh

bande dessinée

gạch Lego

pièces lego

khối xếp hình

blocs de construction

nhân vật hành động

figurine

liền quần cho trẻ sơ sinh

grenouillère

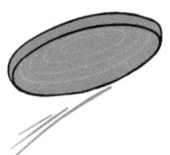

đĩa nhựa để ném

frisbee

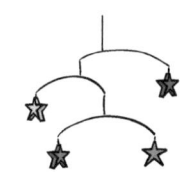

đồ chơi treo trên giường

mobile

trò chơi cờ bàn

jeu de société

xúc xắc

dé

đồ chơi xe lửa mô hình

train miniature

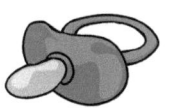

ti giả

sucette

buổi tiệc

fête

sách tranh

livre d'images

quả bóng

balle

búp bê

poupée

chơi

jouer

hố cát

bac à sable

cái đu

balançoire

đồ chơi

jouets

máy chơi game cầm tay

console de jeu

xe ba bánh

tricycle

gấu bông

ours en peluche

tủ quần áo

armoire

y phục
vêtements

bít tất

chaussettes

bít tất dài

bas

quần tất

collant

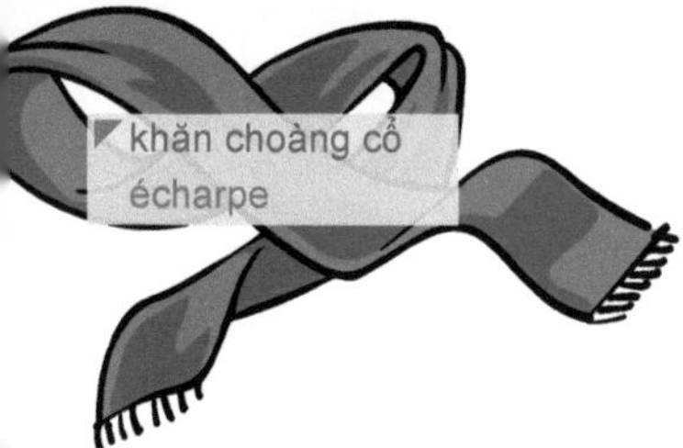

khăn choàng cổ
écharpe

ô che mưa
parapluie

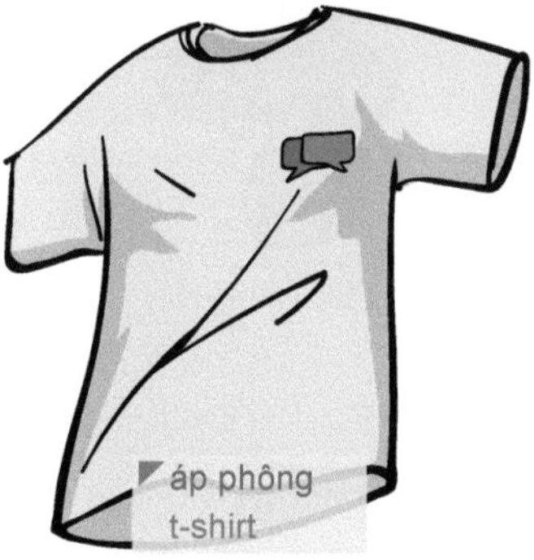

áp phông
t-shirt

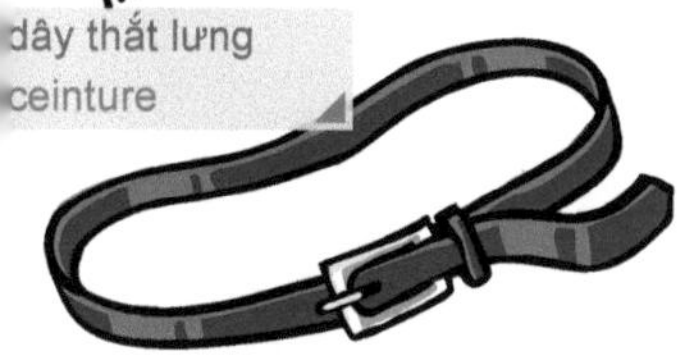

dây thắt lưng
ceinture

ủng
bottes

dép đi trong nhà
pantoufles

giày sneaker
baskets

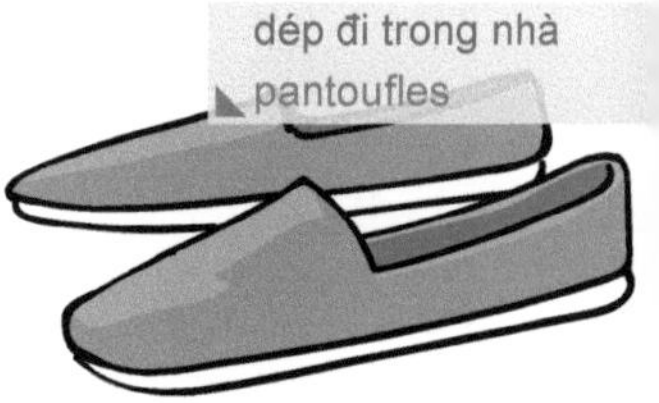

dép xăng đan
sandales

giày
chaussures

ủng cao su
bottes de caoutchouc

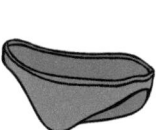

quần lót
sous-vêtements

áo ngực
soutien-gorge

áo vest
maillot de corps

áo ôm sát cơ thể

body

quần dài

pantalon

quần bò

jean

váy

jupe

áo cánh

chemisier

áo sơ mi

chemise

áo len chui đầu

pull

áo len

sweat à capuche

áo blazer

veste

áo jacket

veste

áo khoác

manteau

áo mưa

imperméable

trang phục

costume

áo váy

robe

áo cưới

robe de mariée

bộ com lê
costume

áo ngủ
chemise de nuit

pijama
pyjama

trang phục sari
sari

khăn trùm đầu
foulard

khăn đội đầu
turban

áo burka
burqa

áo captan
caftan

áo aba
abaya

quần áo bơi
maillot de bain

quần bơi
maillot de bain

quần đùi
short

quần áo tracksuit
tenue d'entraînement

tạp dề
tablier

găng tay
gants

cái cúc

bouton

kính mắt

lunettes

vòng đeo tay

bracelet

vòng cổ

collier

nhẫn

bague

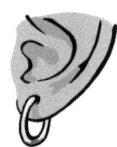

hoa tai

boucle d'oreille

mũ lưỡi trai

bonnet

cái mắc treo áo quần

cintre

mũ

chapeau

cà vạt

cravate

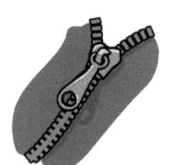

dây kéo phéc mơ tuya

fermeture éclair

mũ bảo hiểm

casque

dây đeo quần

bretelles

đồng phục học sinh

uniforme scolaire

đồng phục

uniforme

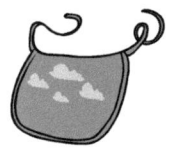

yếm trẻ em

bavoir

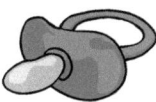

ti giả

sucette

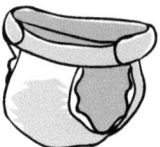

tã lót

lange

văn phòng
bureau

máy chủ
serveur
tủ hồ sơ
armoire d'archivage
máy in
imprimante
giấy
papier
màn hình
écran
chuột máy tính
souris
bàn làm việc
bureau
thư mục
classeur
bàn phím
clavier
thùng rác giấy
corbeille à papier
máy tính
ordinateur
ghế
chaise

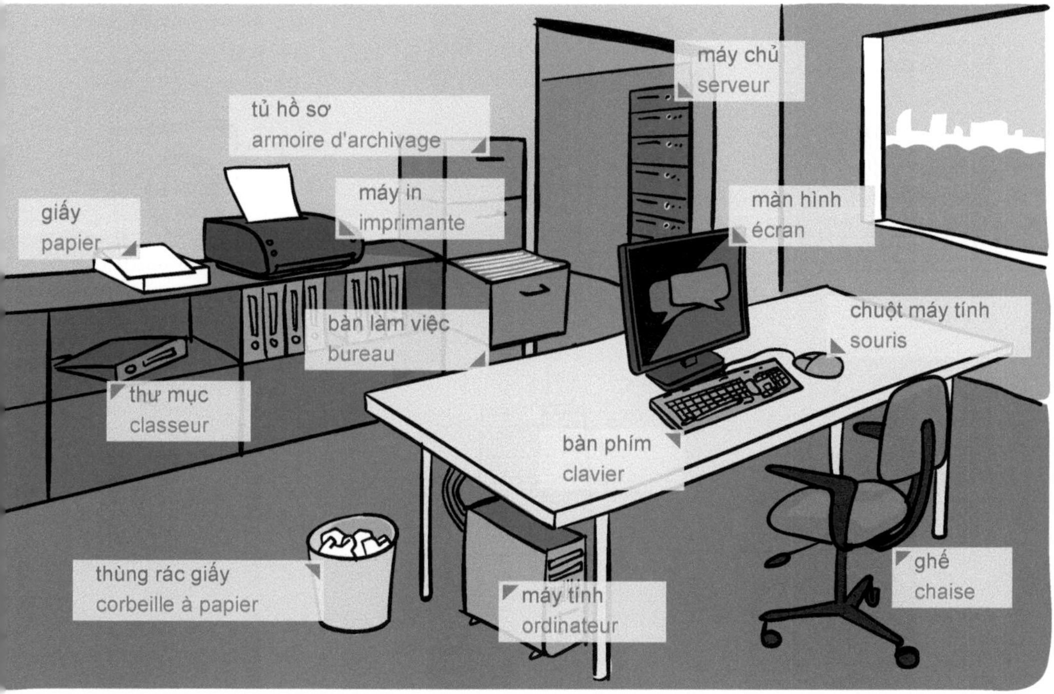

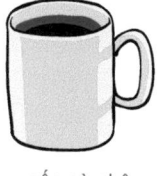

cốc cà phê

tasse de café

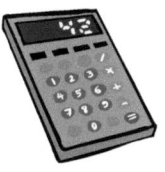

máy tính bỏ túi

calculatrice

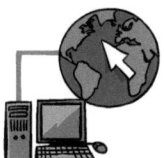

internet

internet

laptop

ordinateur portable

thư

lettre

tin nhắn

message

điện thoại di động

portable

mạng

réseau

máy photocopy

photocopieuse

phần mềm

logiciel

điện thoại

téléphone

ổ cắm điện

prise

máy fax

fax

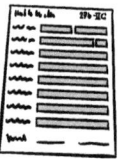

mẫu đơn

formulaire

chứng từ

document

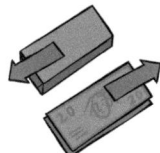

mua
acheter

trả tiền
payer

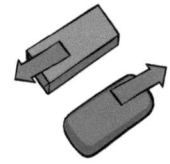

buôn bán
faire du commerce

tiền
monnaie

đô la
dollar

Euro
euro

yên
yen

rúp
rouble

franc Thụy Sĩ
franc suisse

nhân dân tệ
renminbi yuan

rupi
roupie

máy rút tiền tự động
distributeur automatique

quầy đổi tiền

bureau de change

vàng

or

bạc

argent

dầu

pétrole

năng lượng

énergie

giá tiền

prix

hợp đồng

contrat

thuế

taxe

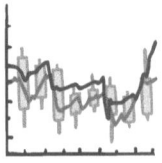

cổ phiếu

action

làm việc

travailler

nhân viên

employé

chủ lao động

employeur

nhà máy

usine

cửa hiệu

magasin

nghề nghiệp
professions

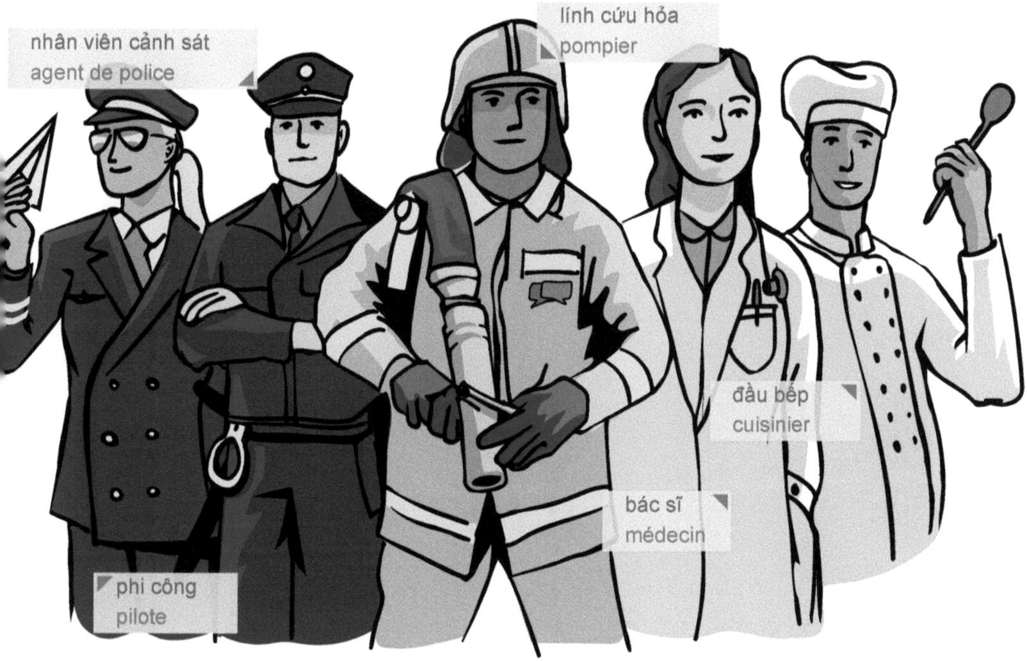

nhân viên cảnh sát
agent de police
lính cứu hỏa
pompier
đầu bếp
cuisinier
bác sĩ
médecin
phi công
pilote

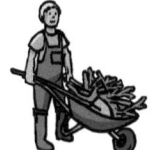

người làm vườn

jardinier

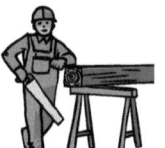

thợ mộc

menuisier

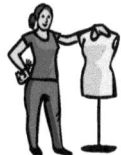

thợ may

couturière

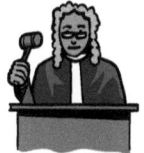

chánh án

juge

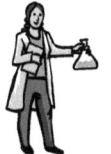

nhà hóa học

chimiste

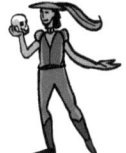

diễn viên

acteur

tài xế xe buýt

conducteur de bus

người lái taxi

chauffeur de taxi

ngư dân

pêcheur

người lau dọn vệ sinh

femme de ménage

thợ lợp mái nhà

couvreur

bồi bàn

serveur

thợ săn

chasseur

họa sĩ

peintre

thợ làm bánh

boulanger

thợ điện

électricien

thợ xây dựng

ouvrier

kỹ sư

ingénieur

người hàng thịt

boucher

thợ sửa ống nước

plombier

người đưa thư

facteur

người lính

soldat

kiến trúc sư

architecte

nhân viên thu ngân

caissier

người bán hoa

fleuriste

thợ cắt tóc

coiffeur

nhân viên soát vé

contrôleur

thợ cơ khí

mécanicien

thuyền trưởng

capitaine

nha sĩ

dentiste

nhà khoa học

scientifique

giáo sĩ Do thái

rabbin

lãnh tụ Hồi giáo

imam

nhà sư

moine

mục sư

prêtre

dụng cụ
outils

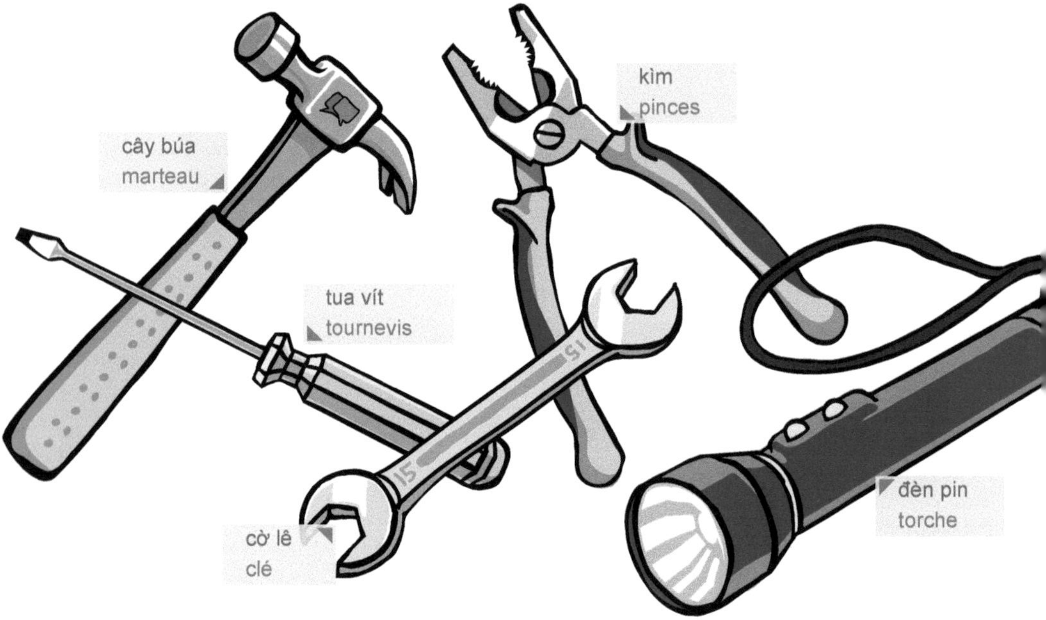

cây búa
marteau
kìm
pinces
tua vít
tournevis
cờ lê
clé
đèn pin
torche

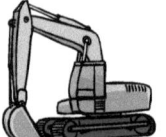

máy xúc đất

pelleteuse

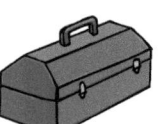

hộp dụng cụ

boîte à outils

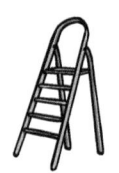

cái thang

échelle

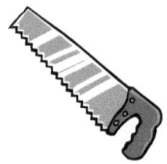

cưa

scie

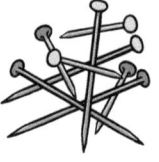

đinh

clous

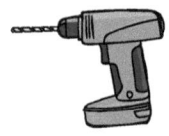

máy khoan

perceuse

sửa chữa

réparer

cái xẻng

pelle

khốn nạn!

Mince !

cái hót rác

pelle

thùng sơn

pot de peinture

vít

vis

nhạc cụ
instruments de musique

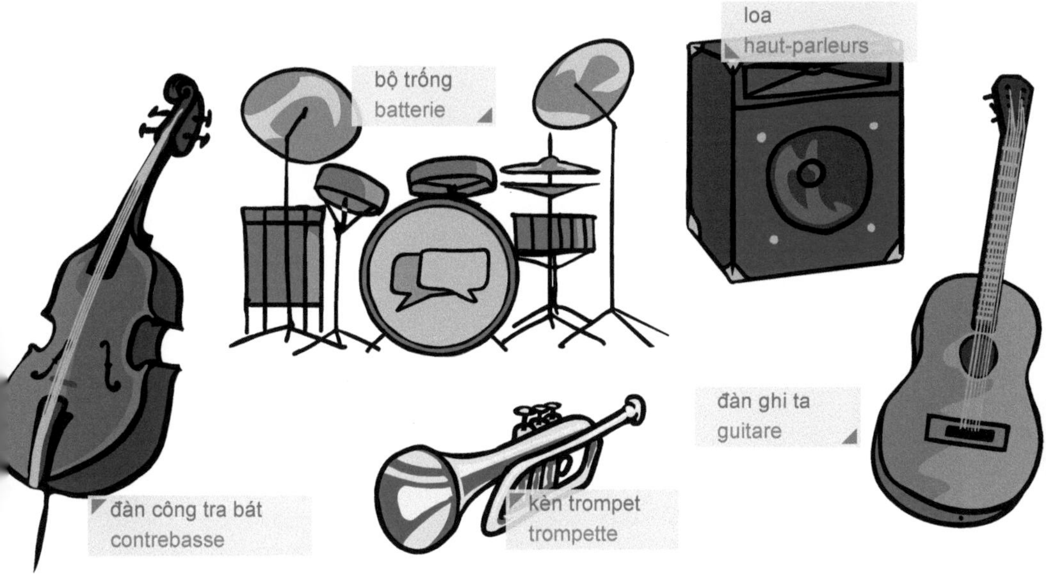

bộ trống
batterie

loa
haut-parleurs

đàn ghi ta
guitare

đàn công tra bát
contrebasse

kèn trompet
trompette

đàn piano

piano

đàn vĩ cầm

violon

ghi ta bass

basse

trống định âm

timbales

trống

tambour

đàn organ

piano électrique

kèn Saxophone

saxophone

sáo

flûte

micro

microphone

nhạc cụ - instruments de musique

con cọp
tigre

lối vào
entrée

lồng
cage

ngựa vằn
zèbre

thức ăn gia súc
alimentation animale

gấu trúc
panda

động vật

animaux

con voi

éléphant

chuột túi

kangourou

tê giác

rhinocéros

khỉ đột

gorille

con gấu

ours

lạc đà

chameau

đà điểu

autruche

sư tử

lion

con khỉ

singe

hồng hạc

flamand rose

con vẹt

perroquet

gấu bắc cực

ours polaire

chim cánh cụt

pingouin

cá mập

requin

con công

paon

con rắn

serpent

cá sấu

crocodile

người trông giữ vườn bách
thú

gardien de zoo

hải cẩu

phoque

báo đốm

jaguar

ngựa lùn

poney

con báo

léopard

hà mã

hippopotame

hươu cao cổ

girafe

đại bàng

aigle

heo rừng

sanglier

cá

poisson

con rùa

tortue

hải mã

morse

con cáo

renard

linh dương

gazelle

bóng bầu dục Mỹ
american Football

đua xe đạp
cyclisme

quần vợt
tennis

bóng rổ
basket-ball

bơi
natation

đấm bốc
boxe

khúc côn cầu trên băng
hockey sur glace

bóng đá
football

cầu lông
badminton

điền kinh
athlétisme

bóng ném
handball

trượt tuyết
ski

polo
polo

nhảy
sauter

ôm
embrasser

cười
rire

đi bộ
marcher

ca hát
chanter

mơ
rêver

cầu nguyện
prier

hôn
faire la bise

viết
écrire

vẽ
dessiner

chỉ trỏ
montrer

đẩy
pousser

cho
donner

lấy đi
prendre

có
avoir

làm
faire

thì / là
être

đứng
être debout

chạy
courir

kéo
trier

ném
jeter

rơi
tomber

nằm
être couché

chờ đợi
attendre

mang vác
porter

ngồi
être assis

mặc quần áo
s'habiller

ngủ
dormir

thức dậy
se réveiller

xem

regarder

khóc

pleurer

vuốt ve

caresser

chải

peigner

nói chuyện

parler

hiểu

comprendre

câu hỏi

demander

nghe

écouter

uống

boire

ăn

manger

dọn dẹp

ranger

yêu

aimer

nấu nướng

cuire

lái xe

conduire

bay

voler

đi thuyền buồm

faire de la voile

tính toán

calculer

đọc

lire

học

apprendre

làm việc

travailler

cưới

se marier

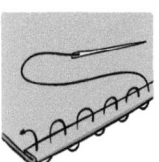

khâu vá

coudre

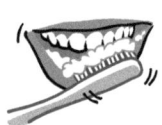

đánh răng

brosser les dents

giết

tuer

hút thuốc

fumer

gửi đi

envoyer

nội (ngoại)
and-mère

ông nội (ngoại)
grand-père

cha
père

mẹ
mère

trẻ con
bébé

con gái
fille

con trai
fils

khách
hôte

cô (dì)
tante

chú, bác (cậu)
oncle

anh (em) trai
frère

chị (em) gái
sœur

cơ thể

corps

trán
front
mắt
œil
mặt
visage
cằm
menton
ngực
poitrine
ngón tay
doigt
bàn tay
main
cánh tay
bras
vai
épaule
chân
jambe

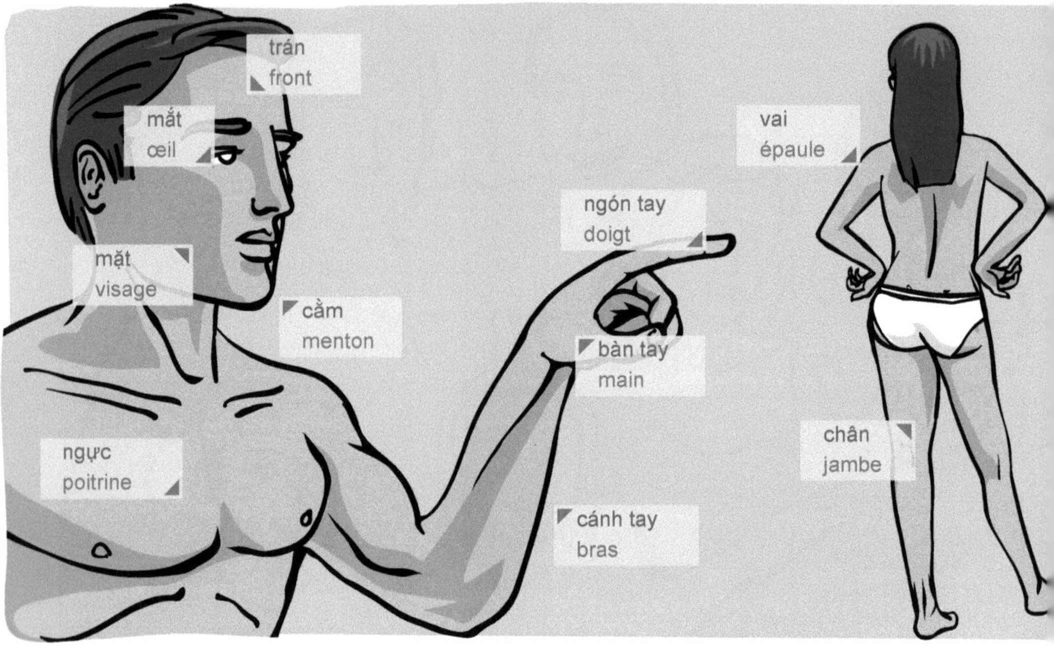

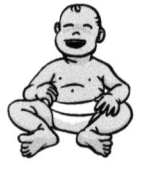

trẻ con

bébé

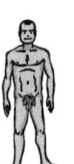

đàn ông

homme

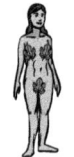

phụ nữ

femme

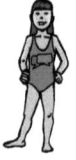

bé gái

fille

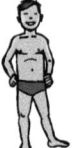

bé trai

garçon

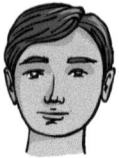

đầu

tête

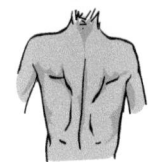

lưng

dos

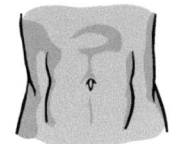

bụng

ventre

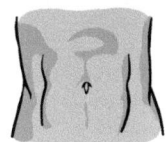

rốn

nombril

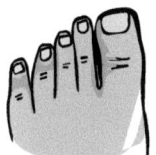

ngón chân

orteil

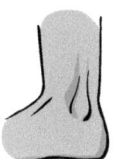

gót chân

talon

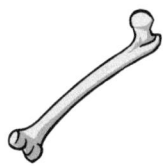

xương

os

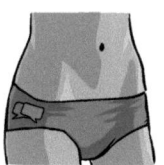

hông

hanche

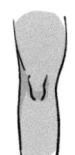

đầu gối

genou

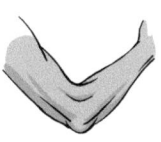

khuỷu tay

coude

mũi

nez

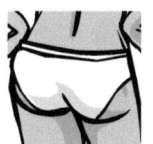

mông

fesses

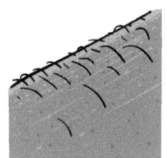

da

peau

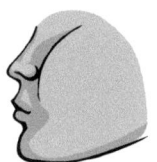

má

joue

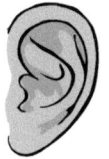

tai

oreille

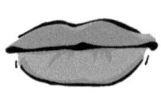

môi

lèvre

miệng

bouche

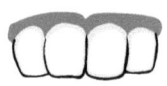

răng

dent

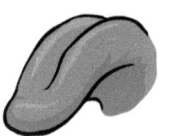

lưỡi

langue

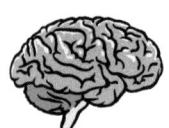

não

cerveau

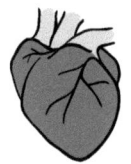

tim

cœur

cơ bắp

muscle

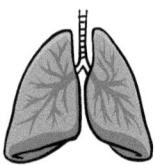

phổi

poumons

gan

foie

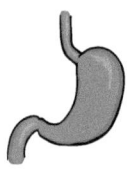

dạ dày

estomac

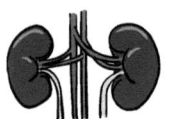

thận

reins

giao hợp

rapport sexuel

bao cao su

préservatif

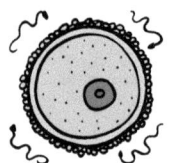

noãn

ovule

tinh dịch

sperme

mang thai

grossesse

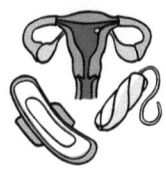

kinh nguyệt

menstruation

âm vật

vagin

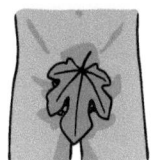

dương vật

pénis

lông mày

sourcil

tóc

cheveux

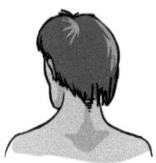

cổ

cou

bệnh viện

hôpital

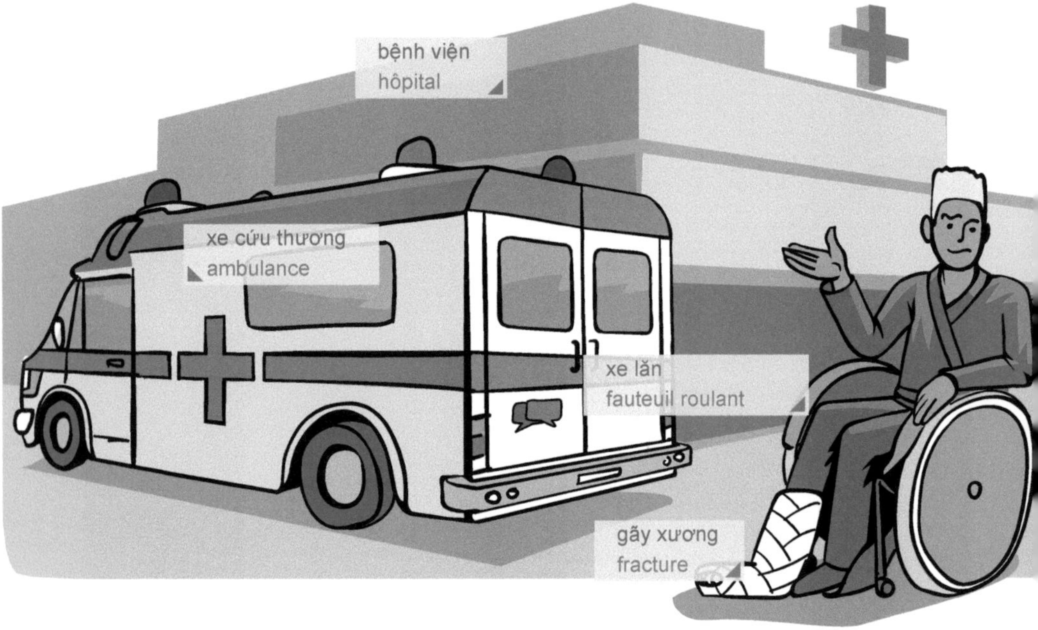

bệnh viện
hôpital
xe cứu thương
ambulance
xe lăn
fauteuil roulant
gãy xương
fracture

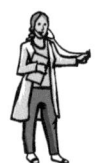

bác sĩ

médecin

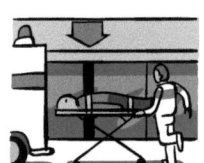

phòng cấp cứu

service des urgences

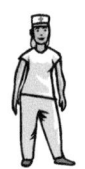

y tá

infirmière

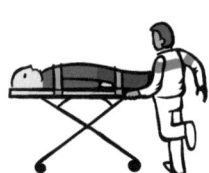

cấp cứu

urgence

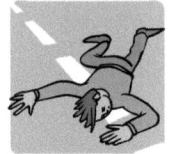

bất tỉnh

inconscient

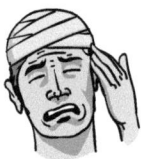

cơn đau

douleur

bị thương

blessure

chảy máu

hémorragie

nhồi máu cơ tim

crise cardiaque

đột quỵ

attaque cérébrale

dị ứng

allergie

ho

toux

sốt

fièvre

cúm

grippe

tiêu chảy

diarrhée

đau đầu

mal de tête

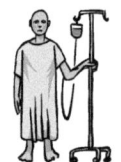

ung thư

cancer

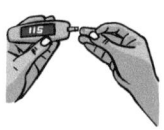

bệnh tiểu đường

diabète

bác sĩ phẫu thuật

chirurgien

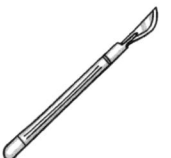

dao mổ

scalpel

giải phẫu

opération

chụp cắt lớp

CT

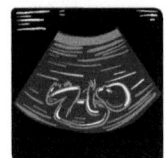

chụp x-quang

radiographie

siêu âm

échographie

mặt nạ

masque

bệnh

maladie

phòng đợi

salle d'attente

cái nạng

béquille

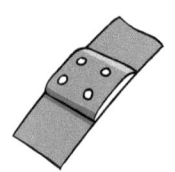

băng dán vết thương

pansement

băng bó

pansement

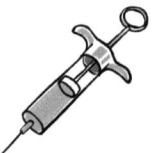

tiêm thuốc

injection

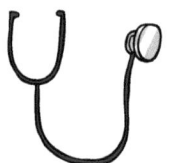

ống nghe khám bệnh

stéthoscope

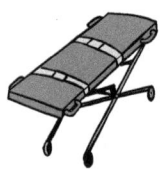

băng ca

brancard

nhiệt kế

thermomètre

sinh đẻ

accouchement

thừa cân

surcharge pondérale

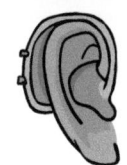

máy trợ thính

appareil auditif

chất khử trùng

désinfectant

nhiễm trùng

infection

vi rút

virus

HIV / AIDS

VIH / sida

thuốc

médicament

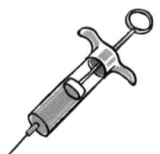

tiêm chủng

vaccination

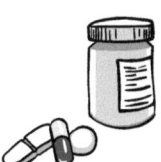

thuốc viên

comprimés

viên thuốc

pilule

gọi cấp cứu

appel d'urgence

máy đo huyết áp

tensiomètre

bệnh / khỏe mạnh

malade / sain

cứu!

Au secours !

cuộc đột kích

assaut

báo động

alarme

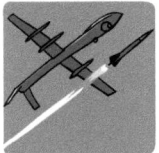

sự tấn công

attaque

mối nguy hiểm

danger

lối thoát hiểm

sortie de secours

cháy!

Au feu!

bình chữa cháy

extincteur

tai nạn

accident

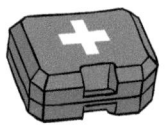

bộ dụng cụ sơ cứu

trousse de premier secours

SOS

SOS

cảnh sát

police

châu Âu

Europe

Bắc Mỹ

Amérique du Nord

Nam Mỹ

Amérique du Sud

châu Phi

Afrique

châu Á

Asie

châu Úc

Australie

Đại Tây Dương

Océan atlantique

Thái Bình Dương

Océan pacifique

Ấn Độ Dương

Océan indien

Nam Cực Dương

Océan antarctique

Bắc Băng Dương

Océan arctique

bắc cực

pôle nord

nam cực
....
pôle sud

nam cực
....
Antarctique

trái đất
....
terre

đất liền
....
pays

biển
....
mer

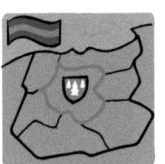

đảo
....
île

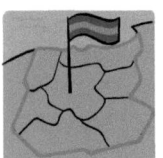

quốc gia
....
nation

nhà nước
....
état

mặt đồng hồ

cadran

kim chỉ giờ

aiguille des heures

kim chỉ phút

aiguille des minutes

kim chỉ giây

aiguille des secondes

Bây giờ là mấy giờ?

Quelle heure est-il ?

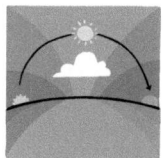

ngày

jour

thời gian

temps

bây giờ

maintenant

đồng hồ điện tử

montre digitale

phút

minute

giờ

heure

tuần lễ
semaine

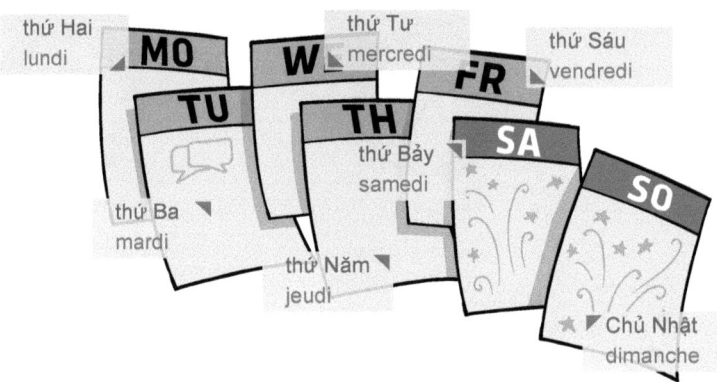

thứ Hai / lundi
thứ Tư / mercredi
thứ Sáu / vendredi
thứ Ba / mardi
thứ Bảy / samedi
thứ Năm / jeudi
Chủ Nhật / dimanche

hôm qua

hier

hôm nay

aujourd'hui

ngày mai

demain

buổi sáng

matin

buổi trưa

midi

buổi tối

soir

ngày làm việc

jours ouvrables

cuối tuần

week-end

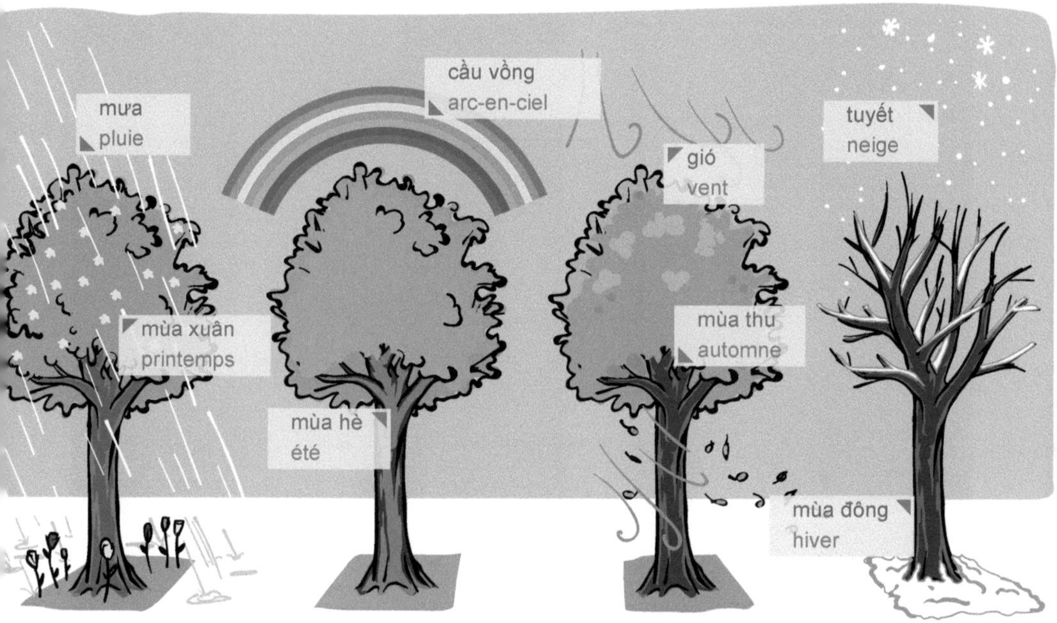

mưa
pluie
cầu vồng
arc-en-ciel
gió
vent
tuyết
neige
mùa xuân
printemps
mùa hè
été
mùa thu
automne
mùa đông
hiver

4.APRIL 11°
5.APRIL 4°
6.APRIL 13°
7.APRIL 8°
8.APRIL 10°

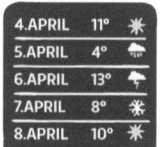

dự báo thời tiết

météo

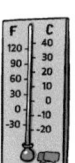

nhiệt kế

thermomètre

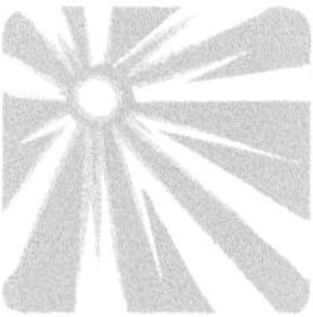

ánh nắng

lumière du soleil

mây

nuage

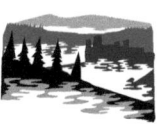

sương mù

brouillard

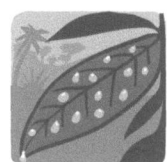

độ ẩm không khí

humidité

tia chớp

foudre

sấm sét

tonnerre

cơn bão

tempête

mưa đá

grêle

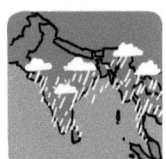

gió mùa

mousson

lũ lụt

inondation

nước đá

glace

tháng Một

janvier

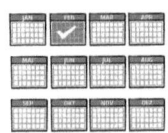

tháng Hai

février

tháng Ba

mars

tháng Tư

avril

tháng Năm

mai

tháng Sáu

juin

tháng Bảy

juillet

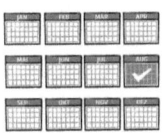

tháng Tám

août

năm - année

tháng Chín

septembre

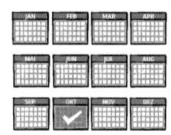

tháng Mười

octobre

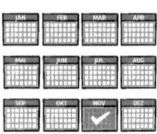

tháng Mười Một

novembre

tháng Mười Hai

décembre

hình dạng
formes

hình tròn

cercle

hình vuông

carré

hình chữ nhật

rectangle

hình tam giác

triangle

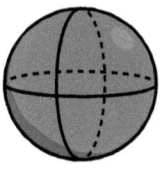

hình cầu

sphère

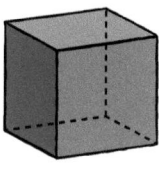

khối vuông

cube

màu trắng

blanc

màu vàng

jaune

màu cam

orange

màu hồng

rose

màu đỏ

rouge

màu tím

violet

màu xanh dương

bleu

màu xanh lá cây

vert

màu nâu

marron

màu xám

gris

màu đen

noir

nhiều / ít

beaucoup / peu

tức tối / điềm tĩnh

fâché / calme

xinh đẹp / xấu xí

joli / laid

bắt đầu / kết thúc

début / fin

to / nhỏ

grand / petit

sáng / tối

clair / obscure

nh (em) trai / chị (em) gái

frère / soeur

sạch / bẩn

propre / sale

đủ / thiếu

complet / incomplet

ngày / đêm

jour / nuit

chết / sống

mort / vivant

rộng / chật hẹp

large / étroit

ăn được / không ăn được

comestible / incomestible

ác / tử tế

méchant / gentil

hào hứng / chán nản

excité / ennuyé

béo / gầy

gros / mince

đầu tiên / cuối cùng

premier / dernier

bạn / thù

ami / ennemi

đầy / rỗng

plein / vide

cứng / mềm

dur / souple

nặng / nhẹ

lourd / léger

đói / khát

faim / soif

bệnh / khỏe mạnh

malade / sain

bất hợp pháp / hợp pháp

illégal / légal

thông minh / ngu

intelligent / stupide

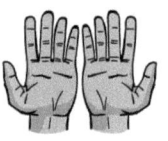

trái / phải

gauche / droite

gần / xa

proche / loin

mới / cũ
nouveau / usé

không có gì cả / có cái gì đó

rien / quelque chose

già / trẻ
vieux / jeune

bật / tắc
marche / arrêt

mở / đóng
ouvert / fermé

im lặng / ồn ào
faible / fort

giàu / nghèo
riche / pauvre

đúng / sai
correct / incorrect

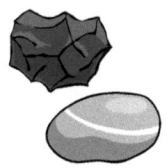

sần sùi / mịn màng
rugueux / lisse

buồn / vui
triste / heureux

ngắn / dài
court / long

chậm / nhanh
lent / rapide

ẩm ướt / khô ráo
mouillé / sec

ấm áp / mát mẻ
chaud / froid

chiến tranh / hòa bình
guerre / paix

đối lập - oppositions   87

0

số không

zéro

1

một

un / une

2

hai

deux

3

ba

trois

4

bốn

quatre

5

năm

cinq

6

sáu

six

7

bảy

sept

8

tám

huit

9

chín

neuf

10

mười

dix

11

mười một

onze

12

mười hai

douze

13

mười ba

treize

14

mười bốn

quatorze

15

mười lăm

quinze

16

mười sáu

seize

17

mười bảy

dix-sept

18

mười tám

dix-huit

19

mười chín

dix-neuf

20

hai mươi

vingt

100

một trăm

cent

1.000

một ngàn

mille

1.000.000

một triệu

million

tiếng Anh

anglais

tiếng Anh Mỹ

anglais américain

tiếng Quan Thoại

chinois mandarin

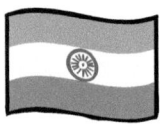

tiếng Hin-di

hindi

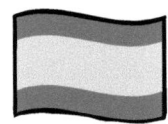

tiếng Tây Ban Nha

espagnol

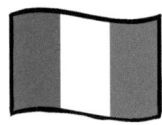

tiếng Pháp

français

tiếng Ả-rập

arabe

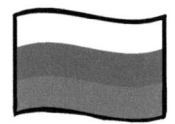

tiếng Nga

russe

tiếng Bồ Đào Nha

portugais

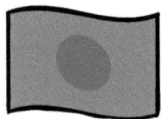

tiếng Bengal

bengali

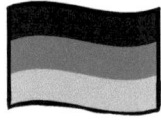

tiếng Đức

allemand

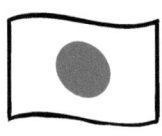

tiếng Nhật

japonais

tôi
je

bạn
tu

anh ta / cô ta / nó
il / elle / ce, c', cela

chúng tôi
nous

các bạn
vous

họ
ils / elles

ai?
Qui ?

cái gì?
Quoi ?

như thế nào?
Comment ?

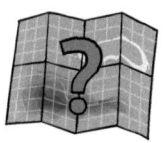

ở đâu?
Où ?

lúc nào?
Quand ?

tên
nom

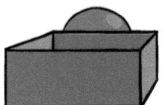

phía sau
············
derrière

ở trong
············
dans

phía trước
············
devant

phía trên
············
au-dessus

ở trên
············
sur

ở dưới
············
en-dessous

bên cạnh
············
à côté de

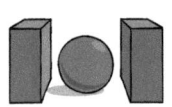

ở giữa
············
entre

chỗ
············
lieu